சமவெளி சிகரங்கள்

பதிப்பகம்

Samaveli Sigarangal

Edited by Sriram

Copyright ©

Sriram - POETRY WORLD ORG 2021

ISBN (Paperback) - **978-93-90724-17-8**

First Edition : 2021

Book Design by POETRY WORLD

சமவெளி சிகரங்கள்

தலைமை தொகுப்பாளர்

பார்கவி சிவபிரகாஷ்

தொகுப்பாளர்

ச.ஸ்ரீராம்

சமவெளி சிகரங்கள்

ஒரே தளத்தில் (படைப்பாளர்கள்) வெவ்வேறு தனித்துவமான எண்ணங்களையும், உணர்வுகளையும், கவித்திறமைகளையும் கொண்ட தனித்துவமிக்க கவிநண்பர்களின் (சிகரங்களின்) திறமைகளை கவிதைகள் வாயிலாக வாசகர்களிடம் கொண்டு சேர்க்க ஒன்றிணைந்த சமவெளி சிகரங்களின் கவிதை தொகுப்பு இது.

அன்புடன்

ச.ஸ்ரீராம்

தலைமை தொகுப்பாளர்

இவள் திருமதி.பார்கவி சிவபிரகாஷ், மஞ்சள் மாநகரமான ஈரோட்டை சேர்ந்தவள். இவள் புனைப்பெயர் "கவியின் கவிதை". கணிதவியல் முதுகலை பட்டம் முடித்தவள். இன்று தன் கனவுகளை முழு மனதோடு ஆர்வமாய் பின் தொடர்கிறாள்.

தனது இன்ஸ்டாகிராம் பக்கத்தில் (@kaviyinkavithai) ஏறத்தாழ 2500க்கும் மேற்பட்ட குறுங்கவிதைகள், நீள்கவிதைகள் பல புனைந்துள்ளார். *Spectrum of thoughts*ல் இணை எழுத்தாளராகவும், தன் முதல் கவிதை திரட்டான *"Enticement of fondness/*காதலின் தாகங்கள்*"* தொகுத்துள்ளார். இப்பொழுது *Poetry World Organisation*ல் தலைமை தொகுப்பாளராய் பல கவிதை திரட்டினை வழங்கி வருகிறார்.

அன்புள்ள கைபேசி

நீ அன்புக்குரிய ஒன்றுதான் எப்பொழுதும்
எனக்குரியதாய்..!
உன்னை எவ்வாறு உரைப்பது,
என் பொழுதுபோக்கி என்றால்..,
நிச்சயம் அது மிகையாகாது,
என்னை முழுதாய் தாங்கிப் பிடிக்கும்
என் துணையானாய்..!
என்றும் எனக்காய் மட்டுமே
என் தேவை அறிந்து அனைத்துமாய்
எனக்காய் உள்ள ஒன்று நீ..!
உன் திரை வழியே
 என் விழியினுள் உணர்வுகளின் மருந்தாகிறாய்..!
உன்னோடு மட்டும்தான் என் தனிமை பொழுதினை
கழிக்கிறேன்..!
நீயும் உற்றவர்கள் போல் அல்லாது
என் மனத்திற்கான பிம்பமாய் உள்ளாய்..!
பல நல் உள்ளத்தின் அன்பை பெறவும்,
சில தகுதியற்றவர்களின் முகத்திரையை அறிய
ஆதரவாய் இருக்கிறாய்..!
கருவில் உற்ற சேயை போல் என்றும்
விட்டு நீங்க நினைக்காது என் கைக்குள் உள்ளாய்..!
என் மகிழ்வின் அங்கமாய் உள்ள உன்னை
 எப்படி தீங்கு என்று நான் உரைக்க..!
இன்று நான் எழுதும் கிறுக்கல்களிற்கான
மூலப்பொருளே நீ அல்லவா..!

கவியின் கவிதை

தொகுப்பாளர்

இவர் ச.ஸ்ரீராம் இளங்கலை வேளாண்மை பழித்து வருகிறார். தனது பள்ளி பருவம் முதலே கவிதைகள் எழுவதில் ஆர்வம் கொண்டவர். இவரது கவிதைகள் சில கவிதை தொகுப்பு நூல்களிலும், மாத இதழ்களிலும் வெளிவந்துள்ளன. தற்போது புத்தகத் தொகுப்பாளராகவும் இணைந்திருக்கிறார். மேலும் தன் கவிதைகளை படவரி பக்கத்திலும் *(vizhiputtum_kavigal)* பதிவிட்டு வருகிறார்.

தொடர்பு கொள்ள : *_sri.ram.s_* (படவரி)

வனவாசம்

சில்லெனும் பூங்காற்று தீண்டிட

மண்ணில் ஊடுருவும் மரங்களின் நிழல்....

யார்வழியில் யாருமின்றி

தன்வழியில் இன்புற்று இனிதாய் வாழும் உயிர்கள்....

ஒன்றோடு ஒன்று இணைந்து

தென்றல் ஓசை இசையாக

மரங்கள் ஆனந்தநடனம்!

புன்னகை தன்நகையாய் அணிந்து

மகிழ்ந்து பூத்துக்குலுங்கும் மலர்கள்....

வானவில் ஆடை நெய்து

வனமெல்லாம் வண்ணம் தூவும் வண்ணத்துப்பூச்சிகள்!

எல்லை எனக்கில்லை என வானம் தனதாக

பரவசமாகி பறந்து மகிழும் பறவைகள்!....

தன்வழி தண்ணிவழியாய் உயிர்தாகம் தணித்து

ஆறாய் மலைகள் கடந்து

அருவியாய் தரையிரங்கும் நீரோடை!

தன்னுள் பல்லுயிர் பேணி

ஓரினம் காக்க தன்னையிழந்து

வாழ்வை தொலைத்த வனம்!

- ச.ஸ்ரீராம்

உள்ளடக்கம்

அது ஒரு கனாக்காலம்

சிறகுகள் விரித்து சிறகடித்து பறந்து

நந்தவனம் கண்ட பாட்டம்பூச்சியாய்

மனம் மகிழ்ந்து நின்றேன்....

இதழ் விரித்து மணம் பரப்பும் பூக்களாய்

முகம் மலர்ந்து கை கோர்த்தனர் நண்பர்கள்

புன்னகைத்து புகுந்தேன் என் வகுப்பில்...

கலகலப்பாய் களித்து மகிழ்ந்து

கடந்து சென்றது நாட்கள் பல...

தோழியாய் வந்தவள் இதயத்தை திருடி சென்றாள்

கண்களால் கதை பேசி மனதால் ஒன்றானாள்

வெயிலில் கரைய காத்திருக்கும் பனித்துளியாய்

அவள் வருகைக்கு தினமும் காத்திருந்தது மனம்..

பிரிவை பரிசாய் தர காத்திருந்தது காலம்...

அறுவடை காலமாய் இறுதித் தேர்வு வந்தது

ஒன்றாய் இருந்த கூட்டம் ஒவ்வொன்றாய் பிரிந்தது

கண்முன் நின்றதெல்லாம் கனவாய் கலைந்தது...

அரவிந்த் நடேசன்

அந்தி மழை

கார்முகிலின் படை நீல வானைச் சூழ

காரிருள் சூழ்ந்ததோ என கண்கள் வியக்க

மிதமான தென்றல் காற்று உடலை வருட

முத்து போன்ற மழைத்துளிகள் மண்ணைத் தொட

மண்ணின் மணம் நாசியில் நுழைய

மண்ணை உண்ட கண்ணனைப் போல

மனமும் மண்ணை உண்ண ஏங்கிநிற்க

சடசட என கொட்டிய மழை

சட்டென்று நின்று அமைதி நிலவ

மேகங்களுக்கு பின்னே மறைந்த கதிரவன்

மெல்ல புவியை எட்டிப் பார்க்க

அந்தி மழையால் நனைந்த அகிலம்

உஷ்ணம் குறைந்து உவகையில் குளிர

ஆதவனின் கதிரால் வானவில் பிறக்க

அந்தியின் அழகினை எல்லாம்

சிந்தையினில் பதித்து மகிழ்கிறது மனம்...

உயிர்த்தெழு நதியா

அவளும் ஐந்திணைகளும்

'மலையும் மலை சார்ந்த இடமும்'
மூன்று திரைகள் கொண்டு
அவள் மறைக்கும் இரண்டு "குறிஞ்சி" ஆகும்!
'காடும் காடு சார்ந்த இடமும்'
கட்டுக்கடங்காமல் படர்ந்து விரிந்து கிடக்கும்
அவளின் கார்மேக கூந்தல் "முல்லை" ஆகும்!
'வயலும் வயல் சார்ந்த இடமும்'
ஒற்றை வட்டக் கிணறோடு
செல்வச் செழிப்பாக இருக்கும்
அவள் இடையானது "மருதம்" ஆகும்!
'கடலும் கடல் சார்ந்த இடமும்'
இந்திய பெருங்கடலை வடிகட்டி
இறுத்து சேர்த்து வைத்திருக்கும்
அவள் விழிகள் "நெய்தல்" ஆகும்!
'மணலும் மணல் சார்ந்த இடமும்'
என் மேல் உள்ள காதலை
என்னிடம் சொல்லாமல் புதைத்து வைத்திருக்கும்
அவளின் இதயமானது "பாலை" ஆகும்!
"நெல்லை" மாவட்டத்திற்கு பிறகு
ஐந்திணைகளும் அம்சமாய் அமைந்திருப்பதென்னவோ
அவளுக்கு மட்டும் தான்!....

சேக் உதுமான்

அளி(ழி)ப்பாரோ?

தேகத்தில் துகிலின்றி பொழியும் மழையினில்
உடல் நடுங்கி சுற்றிலும் சிற்றெறும்பு அங்கத்தை
துளைக்க
எவருமிலா நடுநிசியில் ஊளையிட்டு உமிழ்நீர் சொட்ட
எட்டிப்பார்த்தது அலையா விருந்தினன்
அதன் சீண்டலில் ரணமுற்று
தேக்கிவைத்த விழிநீர் புறம்விழ
உதிரமோ மழைநீரில் கலந்தோட
கதறலோ இடியால் ஒடுங்கிப்போக
குத்தூசி குத்தல் போன்று பெரும் வலி வயிற்றில்
கள்ளிப்பாலும் மதுரமென தோன்றுகிறது!
பட்டினி வதைக்கும் இக்கணத்தில்
வெறித்துப் பார்க்கும் இருளும் என்னை
வேண்டாமென்று புறக்கணிக்குமோ?
ஏனெனில் தாயின் கருவறை கல்லறையாகும்
அழிவின் விளிம்பில் தப்பிப் பிழைத்து
அரையுயிருடன் போராடுகிறேன்
குப்பை தொட்டியில்!.....
இளந்தழையை வருடும் தென்றலென
யாரெனும் தஞ்சம் அளிப்பாரோ?
நிழற்படத்தை பதிவிட்டு
சிந்தையில் இருந்து அழிப்பாரோ?

க.சரஸ்வதி

அன்பென்ற உணர்வு

சாயம் பூசும் முகத்திற்கு,

சல்லி காசு தேவைப்படுவதில்லை...!

சாரலாய் பொழிந்த வார்த்தைக்கு,

சுக்குநூறாக நொறுங்க வேண்டியதில்லை...!

நன்மை, தீமை வகுத்த ஞாலத்தில்

நரகத்தை நம்பி நம் வாழ்வில்லையே...!

நாற்திசையில் வாழும் மாந்தர்கள் மனங்களில்,

சோகத்தை யாவரும் சொல்லி தரவில்லை...!

பிறஉயிர்க்காக வாழும் உன்னுயிரை

எப்போது புரிந்து கொள்ள போகிறாய்...!

பகலொன்று தோன்றிடும் உலகில்

எப்போது பிறரின் பாசத்தை மதிக்க போகிறாய்...!

இனிமை என்ற பாடத்தில்

அனைவரும் அனாதை தான்

உண்மையான அன்பு என்ற உணர்வு

வரும்வரை...!

அப்சல்

ஆகாய கங்கை, அழகான மங்கை!

கொல்லிமலைச் சாரல் எந்தன் நெஞ்சை

கொள்ளை கொள்ளும் அழகை

கோடி வார்த்தைகள் கொட்டிக் கொட்டிக்

கோர்த்துப் பார்த்திட விழைந்தேன்!

வெள்ளி பரல்களை வீசி சிரித்திடும்

வானுயர்ந்த பெண்ணே

வெண்மதியின் கண்ணே

ஆகாய தீர்த்தம் தெளித்திடும்

எங்கள் ஆகாய கங்கையை

தாய்மடி தன்னையே தேடுகிறேன்!

உல்லாச ஊர்வலம் நீ ஒய்யாரமாய் போகையிலே

ஓடும் பாதையெல்லாம் உள்ளம் நனைகிறது

உந்தன் சிங்கார அழகினிலே

உயிரில் சீற்றம் பிறக்கிறது!

புது தோற்றம் கிடைக்கிறது!

மோ.திவ்யாராஜ்குமார்

(கவிதை பிரியை)

ஆகாய முத்தே!

வானமகள் நாணுகிறாள்

மின்னலென ஒளிருகிறாள்

சலசலவென முத்துத்துளியின்

சாரல் மண்ணில் இனி

எத்திசையும் இடி முழங்க

எம்மருங்கும் மகிழ்ச்சி பொங்க

விண்ணிலிருந்து மழையாய்

கடலிலிருந்து அலையாய்

சென்ற இடம் செழிப்பாக்க

வந்த இடம் வளமாக்க வருகிறாள்....

உழைப்பினை உணவாக்க

வான் பார்த்து வாழும்

விவசாயியின் வாழ்வில் ஆனந்தமாய்

பூவுலகம் தன்னில் பேரின்பமாய்

ஜனங்கள் மகிழ்வுற

வனங்கள் வனப்புற வரும்

வான்மகள் வாழிய வாழியவே!.......

த.ஆர்த்தி ஆதிமூலம்

ஆற்றங்கரை அழகு

வினைமேல் வேந்தன் நாட்பல கழிய

மனைமேல் உள்ளம் கொண்டவன் வருங்கால்

முனைமேல் நின்றும் காதல் ஓங்கிட

துணைமேல் மங்கை சாய்தல் போலவே

அனல்மேல் பொங்கக் கண்ட பூமியில்

புனல்மேல் ஓடி வாரல் நோக்கியே

கரைமேல் நின்றபல் மரங்க எவ்வுழி

குறைகள் நீங்கிடத் தழுவியு வந்ததே.

அருள்மொழிவர்மன்

இது நியாயமா

ஏனோ ஏனோ உன்னை நினைத்தபின்
வேறெதையும் நினைத்திட மறுத்தது இதயம்
அதுவரை சிறகுடன் பறந்ததெல்லாம்
உன்னைத் தேடியே என்றொரு எண்ணம்
உன்னை உன்னைக் கண்டடைந்தபின்
அதுவரை ஓடிய ஓட்டங்களுக்கெல்லாம்
பொருளற்ற வண்ணம்! மயிலிறகென வருடி
என் மனத்திரையைக் கிழித்ததெப்போது?
அதுவரையென் கர்வமுடைத்து
என் வேர்களை உறிஞ்சியதெப்போது?
மேகங்கள் ரசித்த என்னை
உன் மோகத்தில் தவிக்க வைத்தாயே
இது நியாயமா?
உயிர்வரை ஊடுருவியபின் ஒவ்வொரு கணமும்
உனை நினைத்து ஏங்குவதே என்கோலமா?
அத்தனை உரையாடல்களெல்லாம்
அதுவரையில் அலுக்கவே இல்லை...
உன் கண்கள் கண்ட பின்னே
வார்த்தைகளை துணைக்கழைக்கத் தோன்றவே
இல்லை...!

ச.பவித்ரா

இரவு வானம்

வானத்தைப் பார்

பௌர்ணமி என்றால் முழு நிலவை ரசி

அம்மாவாசை என்றால் வானின் இருளை ரசி

நட்சத்திரக் கூட்டங்களை உற்று நோக்கு

அதில் உள்ள ஒரு நட்சத்திரத்தைக்

கவனி, ரசி, கவிதை எழுது!.....

உனக்காக ஒரு கவிதை எழுதி இருக்கிறேன் என்று

அந்த நட்சத்திரத்தைப் பார்த்து கை அசை

யாரும் இல்லாத நட்சத்திரத்தைப் பார்த்து

கையசைப்பதா என்று எண்ணாதே

அங்கிருந்தும் ஒருவன் பூமியைப் பார்த்து

கையசைத்துக் கொண்டிருக்கக்கூடும்!

விக்னேஷ்

இருளுக்கெது நிழல்!

முன் நிற்பது துணையெனின்
தடம் தொடர்வது எவையோ?
ஆழம் அறிந்த பயணமோ!
உரை மொழி நன்றெனின்
வழி முழுத்தும் மறையா?
உள்ளில் எழுங் கீற்றோ!
தடை பிறள வந்தெனின்
நடுக்கம் வழியியில் அன்றோ?
நெஞ்சத் துறுதி வெல்லுமோ!
எழுச்சி முழுமை உடையெனின்
கதிர் மங்கும் பொழுதா?
சிந்தை வீரம் சிறக்குமோ!
எவை நின்றும் தயக்கமெனின்
வாழ்க்கை ஒரு மடைமையோ?
தன்னம்பிக்கை ஒன்றே வழி!

சூர்யா சிவன்

இன்றியமையா இயற்கை

ஆண்டவன் இயக்கும் நாடகமிது...

தென்றலின் கான இசைத் தூறலிது...

நடனம் பயிலும் விருட்சங்களுடனே

நீல உடை தரித்த திவ்விய வானும்,

வெண்பூச்சு செய்த ஒப்பனை ஒய்யாரியென

உற்சாக உலாவரும் எழில் சிந்தும் முகில்களும்

ஒன்றாய் பிணைந்து நடிக்கும் காட்சிகள்...

தரையில் வீற்றிருக்கும் மானுடப் பிறவிகளின்

இரு நேத்திரங்களை அதிகாலை பொழுதிலும்

நித்திரையுடன் போதை கொள்ளச் செய்திடும் நிஜங்கள்...

இன்றியமையா இயற்கை இங்கிருக்க

எங்கிருந்தோ வந்த செயற்கை எதற்கு?

அ.பிரியதர்ஷினி

இன்னிசை!

தென்றல் தீண்டிய இன்னிசையாய்

மௌனத்தை மறைக்கும் மெல்லிசையாய்

மொழி அறியா மந்திரமாய்

மனதை மயக்கும் தந்திரமாய்

காற்றில் கலந்த அமிர்தம்

காதோரம் சுகுகமாகி ஸ்பரிசம் தீண்டிட

தனிமையும் தன்னிலை மறந்து இயல்பானதே....

இருளும் உன் துணையோடு இனிமையானதே!

வார்த்தைகள் கோர்த்து வரிகளாய்.....

இணைத்து பாடலாய் கேட்டேன்

நீ இதயத்தைப் பறித்து இன்பத்தைத் தந்தாய்

அனுதினமும் இரசித்தேன்

உனக்கு அடிமையானேன்!

சரஸ்வதி வேலாயுதம்

உயிருக்கு ஊண்

செயற்கை உலகிலிருந்து கண் விழித்து

இயற்கை உரங்களை மண்ணில் தூவி...

மலடான மண்ணை வளமாக்கி!

நீர் நிலைகளை தூர்வாரி

சிறிதளவு உயிரை மண்ணில் பதுக்கி

அவ்வுயிர் மெல்ல மெல்ல உருவெடுத்து

வளமாய் ஆடி அசைந்து வளர்ந்து

மகசூல் என்னும் வாகையைச் சூடி!

உலகில் ஊட்டச்சத்து குறைபாட்டை விலக்கி

நோய் நொடியெல்லாம் மானிடனிடமிருந்து பறந்து

பிற உயிர்களுக்கும் உணவுச் சங்கிலி வழிவகுத்து

பஞ்சமில்லா உலக பந்தத்தை உருவாக்க

ஒவ்வொரு வண்ணமாய் நாம் அமைந்து

தெவிட்டாத ஓவியத்தை தீட்ட முயல்வோம்!....

ச.புனிதக்குமார்

எங்கே என் மதி...!

ஒவ்வொரு முறை பார்க்கும்போதும்

நிலா என்னைப் பார்த்துச் சிரிக்கும்...

நான் சிலிர்த்து நிற்பேன்!

கடல் மேல் அலாதி வெள்ளியைத் தெளிக்கும் அது

மிதக்கும் மெர்குரி ஒன்றையும் உருவாக்கும்...

இப்போதெல்லாம் அது சிரிக்கிறது...

நான் தான் சிரிக்க மறுக்கிறேன்...

அந்த நிலவின் மகிழ்ச்சியை விடக்

கடலின் அமைதியும்

காற்றின் குளிரில் உள்ள கதகதப்பும்

என் ஆசையைத் திசை திருப்பியது...

"அவ்வளவு சலனங்கள் இருந்தும்

எப்படி அமைதியாக உள்ளது இந்த கடல்"

என்று பொறாமையும் எழும்...

நிலா... என்னைப் பார்த்துச் சிரித்த முகம்...

இனி சிரிக்கத் தவறுமோ என்று பயந்தேன்

சிரித்தேன் முகமூடி கீழ் உள்ள முகத்தால்...

மதி... நீ மகிழ்ச்சியின் குறியீடு..!

தோழமையன்

எத்தனை இன்பங்கள்

குடையில்லா நேரம்
கொட்டித்தீர்க்கும் மழையில் நனைதலில்...
குழந்தையின் பிஞ்சு விரல் ஸ்பரிசத்தில்....
எப்போதாவது கிடைக்கும்
"நலமா" என்ற விசாரிப்பில்...
பிடித்த உணவை அம்மாவின்
கைப்பக்குவத்தில் இரசித்து உண்ணுதலில்...
இரவு நேர நிலவுப் பயணத்தில்...
நமக்காக ஒருவர் எழுதும் கவிவரிகளில்...
பாடல் வரிகளில் சட்டென எழும் ஞாபகத்தில்....
தேநீரின் கடைசிச்சொட்டின் தித்திப்பில்...
பிடித்தவரின் குறுஞ்செய்தி அழைப்பொலியில்...
தேடி வந்து கால் நனைக்கும் அலையில்...
தயங்கித் தயங்கி நெருங்கும்
காதலின் முதல் சந்திப்பில்....
படித்த கல்லூரியைக் கடந்து செல்லுகையில்...
தன்னிச்சையாக விண்ணைப்
பார்க்க வைக்கும் விமானத்தின் ஒலியில்...
என எத்தனை எத்தனை சந்தோஷங்கள்
அனுபவித்துத் தீர்ப்போம் வா!....

சகி

எப்போது?

சொக்கிவிழுந்த கண்கள்

சொர்க்கவாசல் தேட...

எச்சில் இலையாய்

எட்டுமணி நேர தூக்கம்...

தனிமையின் நகம் கீறி...

துண்டுசீட்டாய் அலைமோத...

அலங்காரமாய் சிரிக்கும் வானம்

அகதியான இவளை கண்டு...

கடிவாளம் வேண்டாமே

நூலிடை உயிர்களின் இடையில்...

இடைசெருகலாய் இருக்கும்

தூரமே தூரம் போ....

முடங்கிக் கிடக்கும் மனதின்

கட்டுக்காவல் உடைத்து

சதுரங்கமாய் நாமும் சேர்ந்தே போக....

Nisha.K

என் சமவெளி வாழ்வின் பொறியியல் சிகரம்

காரிகை அருளும் கல்வியென

காற்றில் மொழி பேசியவன்

ஊதியம் இல்லா ஊடகமென

ஊர் ஊராய் ஓடியவன்

அறியாமல் செய்த பிழையென

அசட்டு வார்த்தை மொழிந்தவன்

இறுதி நித்திரையின் கனமென

நினைவுக் கடலில் மூழ்கினான்....

அலையாய் அழகிய நினைவுகள்

ஆதிக்கம் செலுத்திய ஆசான்கள்

ரகசியம் பகிர்ந்த நண்பர்கள்

ராகம் பாடிய காதல்கள்

ஒன்றாய் உணவருந்திய வேளைகள்

ஒய்யாரமாய் எழுதிய தேர்வுகள்

பதபதைக்கும் தேர்வு முடிவுகள்

பசிதீர்க்கும் நண்பனின் பைகள்

கல்லூரி கொடுத்த நினைவுகள்

காலம் ஓடினும் சுவடுகளே!

காவியா ரவிச்சந்திரன்

என்னத்த நானும் சொல்ல

கறவ மாட்டு மேய்ச்சலுக்கு

காஞ்ச தரையே மிச்சமாச்சு

றெக்க முளைச்ச பறவை

வெக்கை தாங்காம பறந்திடுச்சு

கா வயித்து கஞ்சிக்கு

கடல் தாண்டி போயாச்சு

ராஜாதான் வாழ்ந்து வந்தேன்

இங்கோ பத்துக்கு பத்துல பத்தாவதாயாச்சு....

காச்ச அடிச்சாலும் யாருமில்லை

காட்டிவச்சு அடிச்சாலும் நாதியில்லை

உசுர கையில பிடிச்சு

இராப்பகலா வேல செஞ்சு,

காசு கையில சோர்ந்தாச்சு

பொறந்த மண்ணுக்கு திரும்பயில

நா பெத்த மகனுக்கு

நா யாருன்னு தெரியலேயே

என்னத்த நானும் சொல்ல.

நிஹில்முருகன்

கடக்க வேண்டிய நாட்கள்

சொத்துக்கள் நிறைய இருக்க!

குடும்பங்கள் சிதறி கிடக்க!

மனசு இதை நினைத்து

கவலையில் மிதக்க!

இதில் காதல் ஒண்ணுதான் கேடு

என்று நானே என்னை பார்த்து சிரிக்க!

இரவு நித்திரையில் நிம்மதியான தூக்கத்தை

அனுதினமும் இழக்க!

என்றோ ஒரு நாள் அனைத்தும்

சரியாகிவிடும் என்று தினமும்

காலையில் எழுந்தவுடன்

கண்ணாடியை பார்த்து சிரிக்க!

சா.இராமநாதன்

(கவிதன்)

கடைமடை கேள்விகள்

மரணத்தருவாயில் மனிதனில் உதிக்கும் கேள்விகள்...
உதிக்கும் கேள்விக்கெல்லாம் விடையும் உண்டோ?
தாவரமா தனியொரு விதையா?
முந்தியது எதுவோ?
இன்பமும் துன்பமும் இருப்பதன் பலன் என்னவோ?
உதித்த இறைவன் ஊறியது உயிரிலா உணர்விலா?
நீத்த உயிரின் நிலை என்னவோ?
உயிரதன் இலக்கணம் கண்ட விளக்கம் என்னவோ?
ஆட்டுவிக்கும் இறைவனை ஆட்டுவிப்பதும் எதுவோ?
ஒன்பதில் ஒன்றில் மட்டும் உயிர் வாழ்வதேனோ?
துகளுருண்டு கிராகமானது எனில்
எது சிதறி துகளானது?
ஞாயிறு சுடுவதும் திங்கள் குளிர்வதும் ஏனோ?
இயற்கையின் நீதியானதை இயற்றியது யாரோ?
அகண்ட அண்டத்தின் ஆதாரம் எதுவோ?
விடையறியா கேள்விகளை விட்டுச் செல்கிறேன்
விடையறிந்தோர் விளக்குக
விடை தேடிய பயணத்திற்கு விடை கொடுக்கிறேன்
கடைமடைக்கு காலாற வந்தேன்,
மடைதிறக்க விடைபெறுகிறேன்....

மு.விசய ராகவன்

கணப்பொழுதில் என் கனவு காதலியுடன்

இரவு நேரம் ஜன்னல் ஓரம்
பேருந்தில் ஒரு பயணம்
முத்துமுத்து மணித்துளிகள்....
ஜன்னலை பிடித்து தொங்கும் மழைத்துளிகள்!
காற்றோடு உறவாடும் மண்வாசமும்
அதனோடு சேர்ந்தாடும் தலைமயிரும்
என் நேசத்தை நினைவூட்டிடுதே
என் பாசத்தை பறைசாற்றிடுதே!
காலத்தின் மாற்றம் நினைவுகளின் ஆழ்கடலில்
காதலியின் தோற்றம்
கானல் நீராய் கண்ணின் ஓரத்தில்!
குளிரடித்து உடல் சிலிர்க்க
போர்வைக்குள் அழைத்து மார்பினில் அணைத்தேன்
கண்ணுக்கு தெரியாத என் கண்மணி அவளை!
குளிருக்கு ஏதுவாக வாய் கேட்கும் ஏதேனும்
வெதுவெதுப்பாக ஆவி பறக்க தேநீரும்
ஆற அமர சிற்றுண்டியும் போதும்
அரைமணி நேரம் ஆட்டிப்படைக்கும்
அமர்ந்திருந்த அவ்விடத்திலேயே!
பயணம் வெறும் பயணம் மட்டுமல்ல,
இடம் மாறிக்கொண்டேயிருக்கும்
நினைவுகளின் கூடாரமும் கூட!

தருண் ஜெயமுருகன்

கல்விச்சிகரம்

ஓர் அறைக்குள் உலகைப் படிப்போம்
ஒவ்வொரு மனிதனையும் படைப்போம்
வகுப்பறையில் வாழ்க்கைப் பாடம்
அறிவியலுக்கு ஏது பொய்யில் வேடம்?

கணிதத்தை மதித்தால் காலம் நிற்கும்,
எழுதுகோல் என்றும் எழுதறிவிற்கும்
உன் பயிற்சிக்கு கிடைக்கும் வெற்றி,
தங்கத்தமிழை வணங்குவாய் போற்றி!

படித்ததை நீ உன் முயற்சியில் காட்டு,
நம் மக்கள் மனதில் அன்பை ஊட்டு...
அடிமையாக்கும் போலி இன்பம்,
கண்ணில் பதிந்த கடவுளின் பிம்பம்...

கல்வி கற்று மானுடம் தழைக்க,
நாடகம் நடத்தி நடிகர்கள் பிழைக்க
ஆசானை என்றும் மறந்திட வேண்டாம்!
ஆலோசனையை ஒதுக்கிட வேண்டாம்!!

வெ.ஹேமந்த் குமார்

கவிஞன்

கவிதை புத்தனுக்கு

கற்பனையே போதி மரம்!

தேனீயே பூக்களின் ஆயுள் நீட்டிக்கும்!

சூரியன் இரவுக்கு வழி கொடுக்கும்!

வானமே நிலவுக்கு போர்வை தரும்!

இரவே பகலுக்கு பாய்விரிக்கும்!

மழைமேகம் குடைக்கு மோட்சம் தரும்!

உருவமில்லா காற்று பேசிவிடும்!

மௌனமும் மொழியாய் நீட்சி பெறும்!

பனித்துளி கடலாய் மாறிவிடும்!

கடலே கைக்குள் அடங்கிவிடும்!

காதலும் வலிகளை வென்றுவிடும்!

வார்த்தைகள் தினம் தினம் புதுமை பெறும்!

விதிகள் எல்லாம் எல்லைமீறி செல்லும்!

காகிதம் உயிர் பெற்று துடி துடிக்கும்!

புத்தகம் கோடியாய் தேடப்படும்!

கவிதை புத்தனுக்கு

கற்பனையே போதி மரம்!

எதார்த்த கவிஞன்

கனவுக்காரிகை

குட்டிக் குட்டிப் பூக்கள் சிரத்தில் சூடி,
குறுநகை புரிந்து ஏடுகளை சுமந்து,
விறுவிறுவென்று அன்ன நடையிட்டு
பகலவனின் நிறத்தை முகத்தில் கொண்டு,
என் கண்களைக் கவர்ந்த காரிகையே!!
துயிலும் முன் என் செவி கேட்பது உன் குரலையே!!
உன் வனஜமுகத்தை என் மனதில் வரைந்தேன்!!
உன்னுடன் வாழ எண்ணிலடங்கா ஆசைகள்
என்னுள்ளே!!
நம் பெயர் போல நாமும் என்றுமே
பிரியாதிருப்போம்.....
நீ அமர்ந்து ஏடு எடுத்த இடத்தில்
நானே ஏடாக இருக்கலாமென்று இச்சைக்
கொள்கிறேன்...
நீ விட்டுச் சென்ற ரோஜாப்பூவிலும்,
தேனீக்களானது தேனை ருசிக்கின்றனவே!!
என் வாழ்வில் முதலும் நீயே!! முடிவும் நீயே!!
எப்பொழுது, உன் நுதலில் திலகமிடுவேன்?
என்று ஆற்றாதிருக்கிறேன் நான்.....

மதி

கனவை நோக்கிய பயணம்

என்னுள் வாழும் கனவே..!

உன்னுள் நான் வாழவே

மனமது நித்தம் ஏங்குதே..!

சின்னஞ்சிறு ஆசையாய்

மனதில் பிறந்தே...

சிந்தையுள் உனக்கு

சிம்மாசனம் கட்ட வைத்தாயோ..?

கட்டிய சிம்மாசனத்தில்

நீ இல்லாது மறையவே

காலமதை கடத்தாது...

வாழ்வில் உனைத் தேடியே

சிகரங்கள் பல கடந்து

உனை கரத்தினில் ஏந்தவே

நம்பிக்கை கால் கொண்டு வருவேனே..!

கனவுகாதலி

காதல் அடைமழை

மழை கொட்டிக் குலுங்கியதோ!
மண் துளி பட்டுத் தெறிக்கிறதோ!
கண் இமை மூடாமல்
என் மனம் மாறாமல்
அது உன்னை நினைக்கிறதோ!
நான் காதல் பூச்செடியா?
உயிர் வேர் நனைக்கும்
நீ மழை துளியா?
மனம் பித்தாகி உயிர் மொட்டாகி
நான் மலர்கிறேன் புதுமலராய்!
நான் காதல் கைக்கிளையா?
நீ என் கவிதை முதல் வரியாய்!
உனை முடிக்காமல்..
முற்றுப்புள்ளி வைக்காமல்
நான் எழுதினேன் தொடர்கதையாய்...
அடி காதல் கண்ணம்மா
மழையின் வடிவம் நீயம்மா.!
நீ இல்லாமல் காதல் பொழியாமல்
உயிர் வாடுது மெதுவாய்
தனியாய் கொஞ்சம்
நீ கொஞ்சிப் பேசம்மா!

ஞ.கார்த்திகேயணி

செல்ல மகளுக்கு

எப்போதும் சிரிக்கும் ஏழ்வர்ண சிலை நீ
நாள்தோறும் பூக்கும் நறுமண மலர்நீ
நான் பயின்ற முதல் பாடலின் வரி நீ
என் சிரிப்பில் சிந்தும் இசை நீ
என் மூச்சில் சுழலும் உலகம் நீ
என் வானில் நிரம்பிய விண்மீன் நீ
கன்னியே ஆனாலுமென் கண்களில் தவழும் குழந்தை நீ
நீ பிறந்த இந்நாளில் பொன்னால் பூட்டியுனை
கண்ணார பார்க்கத்தான் ஆசையம்மா....
நவரத்தின மணிகளோ உன்கால் நகத்திற்கும்
சேரவில்லை
நான் என்ன செய்வேனம்மா...!!
கண்ணென காக்கும் தந்தையும்
காலை சூரியனும்
புதிதாய் வெடித்த மொட்டும்
மொட்டை பற்றிய பனியும்
நாட்காட்டி காகிதமும்
முகம் தழுவும் முதல் துளியும்
எதிரொலிக்கும் கண்ணாடியும்
கைபேசி குறுஞ்செய்தியும்
நட்பில் மலர்ந்தோரும்
வாழ்த்து சொல்ல காத்திருக்க
என்றும்போல் இன்றும் முதல் நானே
வானம்போற்ற வாழ்வாய் மகளே!....

இராவணன் பேரன்

தலைமகளின் தூது

ஒரு துளி தேனிற்காக அகண்ட அண்டத்தையே
சுற்றி வருவதாய் அறியப்படும் தேனியே
அகிலத்தையே ஆள்வதாய் அறியப்படும்
காதலுக்காக நாடு கடந்தும் தூது செல்வாயா?

பூக்களில் அமர்ந்து செல்கையில்
உன்னாலியன்ற பூவிதழ்களைப் பறித்துப்
பூச்செண்டாக்கு!
அவற்றின் மகரந்தங்களை நிலமெங்கும் பரப்பிவிடு!
அவை பாடும் கானகத்தில் எம் காதல் கானத்தை....

அவனிடம் சொல்!
அன்று ஆதவனைக் கண்டு
புல்லின் பனித்துளிகள் உருகிய வேளையில்...
நானும் உருகினேன்!.....
இருளாயிருந்த என் மனக் குடிலில் ஒளியேற்றிய
என் ஆதவனைக் கண்டு!
அவனிடம் கேள் வாழ்வெனும் நெடும் பயணத்தில்
அன்பில் திளைத்து இன்ப வெள்ளத்தில் மிதந்து
எல்லை வரை கைவிரல்கள் இறுகப் பிணைத்துத்
துணை செல்ல விருப்பமா என்று?

தமிழ்_காதலி

தாய்மொழி மகள்

எம் மொழியான தாய்மொழியில்
இன்பம் குழைத்து இனிமையாய் பேசும்
செல்லத்தமிழுக்கு மேலான ஒன்றுண்டோ!
நீ திகட்டா பெருஞ்சுவை,
உன்னை வியக்க இப்பிறவி போதாதே
பல பிறவி வேண்டும்!....
அறிவு செல்வத்தை எங்கள் பிறப்பிலே ஊட்டுவித்து
உணர்ச்சிகளால் ஒன்றாகி நின்றாய்,
தமிழ் சேற்றிலும் செந்தாமரைதான்
வீழ்த்த நினைத்தாலும் இறப்பதில்லை....
உலகம் அழிந்தாலும் பிள்ளைத்தமிழாக தவழ்ந்து
வேராய் வீரியமாய் வளர்ந்து
வருமே தவிர ஒருபோதும் வீழ்ந்து விடாது!.....
நீ ஆழ்கடலிலும் ஆழம்
உன் முத்தான மொழி அமிர்தத்தை
ஒரு துளியேனும் பருக முயல்கிற
உன் செல்லபிள்ளைகளில்
நானும் உன் மகள் என
கர்வம் கொள்கிறேன்
என் தமிழ் அன்னையே!.

அன்பின் சகி

(வசுந்தரா தேவி)

திக்கெட்டும் பரவட்டும் தீந்தமிழ்

யாழும் வீழும் - நாளும் நவிலும்

நந்தமிழ் மொழி கேட்டே...

பாழும் மனதும் மீளும் - பாடும்

பைந்தமிழ் மொழி கேட்டே...

வாழும் வயதும் நீளும் - வளரும்

வண்டமிழ் மொழி கேட்டே...

தாழும் இனமும் ஆளும் - தகிக்கும்

தண்டமிழ் மொழி கேட்டே...

சூழும் தீங்கும் நீங்கும் - தெறிக்கும்

தீந்தமிழ் மொழி கேட்டே...

நாடும் அறிவும் சிறக்கும் - நயமிகு

நற்றமிழ் மொழி கேட்டே...

உயிரும் மெய்யும் பிணைந்தே உருவான

ஒண்டமிழ் வாழிய! வாழிய!! வாழியவே!

இரா.மதன் குமார்

தித்திக்கும் உன் விழி

அலையான பார்வையில்
அவள் ஒரு துளியாய்
மலையென சரிந்து
புதிதாய் பூக்கும் பூங்கொடி அவள்..!

நீ செழிக்க மேகம் தின்றாய்..!
கனவில் மிதக்க வான்நிலவை தின்றாய்.!
கலாபம் போலாடி என் பார்வையைத் தின்றாய்.!

உன் சிவந்த கன்னங்களுடன் அருகினில் வந்தால்
என் எதிர்காலம் நான்சென்று செழிப்பேனடி..!

தேவதை எல்லாம் தேவையில்லை
தேடிய பறவை நீதானே..!
மில்லியன் இதயம் உனைக் கண்டு
பதிலை கூற ஏன் இன்னும் தாமதம்
தலைவன் இருக்கிறேன் தயக்கம் எதற்கு?

கவியாய் நீயும்!...
காதலாய் நானும்...
என்றென்றும் உன்னுடன் நான்....

அஜய் என்றும் உன்னோடு

நட்பதிகாரம்

ஆண் பெண் பேதமின்றி,
சாதி மதப் பாகுபாடின்றி,
ரத்தப் பந்தமும் இன்றி,
மத்த சொந்தமும் இன்றி,
சிரிக்கும் போது சிரித்து
அழும்போதுக் கண்ணீர் துடைத்து
உனக்காய் நாங்கள் இருக்கிறோம்.....
என ஆறுதல் சொல்லி
ஒருவர் உண்ணவில்லை எனினும்
அனைவரும் உண்ணாவிரதம் இருந்து,
நண்பனுக்காக அவளும் தோழிக்காக அவனும்
என்றும் உறுதுணையாக நின்று,
தேர்வு நேரத்தில் ஒன்றிணைந்துப் படித்து,
மற்ற நாட்களிலோ சேர்ந்து மகிழ்ந்து,
இன்னும் இன்னும் எத்தனையோ!
கூட்டத்தில் ஒருவர் இல்லையெனினும்
போகாதே அந்நாள் எங்களுக்கு!
உணர்வுகள் அனைத்தும் ஒரே உறவில் இல்லையே
என நினைத்த இறைவன் நட்பு என்னும் உன்னத
உறவினை இறுதியில் படைத்தானோ!...

கபுவனேஸ்வரி.

நானும் என் காதலும்

பாரபட்சமின்றி அனைவருக்கும் காட்டினேன்
வெளிச்சமாக
வந்தவர் போனவர் என்ற எண்ணமில்லாமல்
எதிர்ப்பார்ப்பின்றி எதிரிக்கும் கொடுத்தேன்
அன்பென்ற வழியில்
அழுதாலும் அடங்கினாலும்
அளவில்லாமல் அள்ளித்தந்தேன்
அத்தகைய புதையலை
பூட்டி வைக்கவில்லை இதயத்தில்
இன்புறு முகத்தோடு இன்றளவும் இயங்கினேன்
உயர்ந்த வானுக்கும் வானவில்லுக்கும் தெரியும்
ஒருஜோடி கண்களும் கண்ணீரும் அறியும்
ஆனால் இதில் ஒரு அற்புதம் எனக்கு
விலையயில்லாதது வினையானது எனக்கே பின்னாலில்
நீளுமென்று நினைத்தேன் நீந்தி சென்றன உறவுகள்
நாட்கள் கடந்தும் திங்கள் திசைமாறியும் நகர்ந்தது.
இருந்தாலும் தருவதற்கு தயாரானேன்
எவரேனும் வருவார்களாக என்று
இறுதியில் என்னிதயம்
என்னிடம் கேட்ட கேள்வி இதுவே
மற்றவர்க்கு தரும் காதலை
எனக்கு கொஞ்சம் தரமுடியுமா?

MachJoke

நிலையானவள்

தொலைந்தவர்களுக்கு நீ ஒரு வழிகாட்டி
தொலைதூர பயணிகளின் திசைகாட்டி
இரவோ பகலோ
கோடையோ குளிரோ
உன் நிலை மாறாது
உறுதியாய் இருப்பாய்....
பளபளவென பிரகாசிப்பவர்களுக்கு மத்தியில்
சற்று மங்கலானாலும்,
என் மனதை கொள்ளையடித்தவளானாய்
தினம் தினம் உன்னைக்கண்டாலும்
நிதமொரு முறை உன்னைக்காண ஆசை எனக்கு
பகலவனோடு என்ன பகையோ?
இரவிலே மட்டும் தான்
இவள் எனக்கு காட்சித்தருகிறாள்
எத்தனையாயிரம் தூரமானாலும்
உன்னை உற்று நோக்கி தான்
நான் இருப்பேன்
உன் நிலை மாறாதது போல
என் நிலையும் மாறாதிருக்க
ஏதேனும் வழி கூறுவாயோ?
என் துருவ நட்சத்திரமே!

க.கிஷோர்

நினைவுகளே நிரந்தரம்

கள்வனே!!!

நீண்ட தூர பயணங்களை வெறுக்கிறேன்

நீ என் அருகில் இல்லாததால்....

நீ என் கை கோர்க்காததால்....

நீ என் உளறலை ரசிக்காததால்....

நீ என்னை உன் தோளில் ஏந்தாததால்....

நீ என்னை உன் மடியில் உறங்க வைக்காததால்....

அதையும் தாண்டி உன் நினைவுகள்

என்னை கலங்கடிப்பதால்....

இவ்வுலகில் நிரந்தரம் என்று எதுவும் இல்லை

என்று சொன்னார்கள் நானும் நம்பினேன்!!

பின்பு அனைத்தையும் பொய்யாக்கிறது

உன் நினைவுகள்!!

நீ என்னைவிட்டு பிரிந்தாலும்

உன் நினைவுகள்

என்னை நிரந்தரமாய் சுற்றிதான் வருகிறது!!!

அகிலா நாகராசன்

நீயென தின்னுயிர்

என்னை நான் உணர்ந்தேன்...

என் மேனியில் உள்ள

சிறு ரோமங்களும் பூப்படைந்தது!

உன் தொடுதலில்....

எனக்குள் இருந்த என் உணர்ச்சிகள்

உனக்காகவே வெளிவந்தது...

இவ்வுலகில் பிறந்தது உன்னை சேர்ந்திடவே...

உன் பேச்சில் நான் கண்ட ஆறுதல்...

எனக்கு நீ கொடுத்த தைரியம்...

உன் திமிரில் நான் கண்ட ஆனந்தம்...

நான் நினைத்தவுடன் உன் வரவு...

எனக்கு கொடுத்த உன்னுடைய நேரம்...

இதுவெல்லாம் புரிய வைத்தது...

என் பிறப்பு உனக்குதான் என்று...

இதழின் இதழ்கள்

புத்தகக் காதல்

அனுதினமும் உன்னை வாசிக்கிறேன்!
புதுவுலகில் பயணித்து அறியாதவற்றை அறிகிறேன்!
கற்பனைக் காட்சிதனில் மிதந்து என்னையே
மறக்கிறேன்!
பெருமகிழ்வுடன் தனிமையை உன்னோடு கடக்கிறேன்!
உன்னுடன் இருந்தால் ஆயிரம் மின்அலகுக்கூறு
மின்சார ஒளியும் தோன்றிடுதே என் முகத்தில்!
தெரிந்த சில விஷயங்களையும்
தெரியாதது போல் நடிக்கிறேன் உன்னிடம்!
நீயற்ற நாட்களை ஓர் யுகமாகக் கடக்கின்றேன்!
நீயற்ற பொழுதுகளில் கனவாகிறேன்!
உன்னுடைய நட்பிற்கு முன் வெற்றுக் காகிதம் நான்....
என் இரவில் என்றும் நீயே!
நினைவுகளை சுமந்தபடி உன்னோடு
ஓர் பயணம் செய்யவே விழைகிறேன்
என் இனிய புத்தகமே!

சி. திவ்யா

புல்லரிக்கும் விழயல்

இரவெல்லாம் மழைப் பொழிந்த களைப்பில்

உறங்கும் கார் மேகங்கள்....

அதை கலைக்க மனமில்லாமல்

காத்திருக்கும் வெய்யோன்

கதிரவனை காணாமல் கொக்கரிக்கும் சேவல்,

மழைத்துளியின் போர்வையில் உறங்கும் மலர்கள்,

மலர்களுக்குள் ஒளிந்து கொண்டு சுவாசிக்கும் புழுக்கள்,

அந்த புழுக்களை புசிக்க காத்திருக்கும் பறவைகள்,

குளிருக்கு அஞ்சி கூட்டிலேயே முடங்கியது,

அந்த பறவைகளுக்கு வெப்பம் தரும் மரங்கள்,

மாரியின் சுவடுகளை தன்னுள் கொண்ட மண்,

அந்த மண்ணில் ஈரத்தால் உயிர் பெறும் காளான்கள்

என ஒன்றுக்காக மற்றொன்று சிந்திக்கிறது...

இவற்றின் ஒற்றுமையைக் கண்டு

இயற்கையும் புல்லரித்துப் போனது!

ஸ்ரீயின் கிறுக்கல்

பிரபஞ்ச அழகி!

எனதன்பே...!!

எந்தன் காதலின் பேரண்டம் நீ...!!

நித்தம் நித்தம் நில்லாமல் நிகழ்ந்திடும்

அந்தப் பிரபஞ்ச நிகழ்வுகள் போலத் தான்

உன்னிலும்...!!

பெருவெடிப்புக்களாய் உந்தன் அன்பின் ஊற்று

என்பால் வெடித்துச் சிதறிடுகிறது...!!

சமயங்களில் உருவாகும் புது கிரகங்களாய்

உன்னிலும் ஏற்பட்டிடுகிறது

புதுப்புது உணர்வுகளின் தோற்றம்...!!

கருந்துளையாய் நீ என்னைக்

கவர்ந்திழுத்திட எத்தனிக்கிறாய்...!!

நானோ பிரபஞ்சத்தில் ஒன்றிக் கலந்திருக்கும் காலமாய்

உன்னில் இரண்டறக் கலந்து தவித்திடுகிறேன்...!!

என்னை முழுதாய் ஆட்கொண்டிட்ட பிரபஞ்ச அழகி

நீ...!!

சந்தீப் குமார்

பெண்ணின் வாழ்வியல்

பொறுமைக்கு உருவமுண்டு

அவ்வுருவத்திற்கு பெயரும் உண்டு

அதற்கு குடும்பம் சமூகமென்னும்

இருகண்கள் உண்டு

இரண்டையும் சமாளிக்கும் பொறுப்புமுண்டு

அன்பான இதயங்களின் பாசத்தைக் கண்டு

பனிப்போல் உருகும் இரக்கமுண்டு !

தன்னம்பிக்கை எலும்பென்னும் உருவம் பெற்று

பிரச்சனைகள் நரம்புகளின் எண்ணிக்கை கொண்டு

ஒருயிருக்குள் ஈருயிரை சுமந்து ,

உலகத்தின் மிகப்பெரிய வலியுடன்

போராடி சேயை பெற்று

அதற்கு பாசமென்னும் நீருற்றி

அன்பென்னும் பிராணவாயு கொடுத்து

அதன் நிழலுக்கு எதிர்பார்க்காமல்

வளர்த்து ஆளாக்கி பேரப்பிள்ளைகள் மீது

பேராசைக் கொண்டு யோசிக்கிறாள்!

முதியோர் இல்லத்தில் அமர்ந்துக்கொண்டு.!

ந.சுப்ரஜா

பெருங்கடவுள்

களத்துமேட்டில் அறுந்தசெருப்பு
வீட்டுவாசல் வருமுன்னே
வடித்தசோற்றில் பட்டனவே
உலகினரின் மோதிரவிரல்!

கரிசல் மண்ணும்
கரும்பாக மாற்றும்
இவர் தம் பாதத்தில்
கல்லும் முள்ளும்
காத்துக்கிடக்கும்
காயப்படுத்த!

மாலையைக் கூட
எதிர்பார்க்காத கழுத்து
தூக்குக் கயிற்றை மட்டும்
தொட்டுப் பாரக்க தூண்டுமா?

உயிரதனை படைத்தவனின்
பெயரதுவோ கடவுளெனில்
உயிர்பயிரை படைப்பவனின்
பெயர்தானே பெருங்கடவுள்!

சு.கந்தவேல்

போர்முனை

துப்பாக்கி முனையும்

தூரப்பார்வை கணையும்

எதிர்பார்த்துக் காத்திருக்கும்

அங்கே புதிர்போட்டுப் பூத்திருக்கும்!...

படைதிரண்டு நோக்கி

தலைமுறை வீரம் காக்க

புறமுதுகைப் பின்தள்ளி

மறத்தமிழனின் அறத்தில்

மார்நிமிர்த்திப் போர்புரிய

கார்மேகப்படை கொண்டு

போர்வாளை இடம்கொண்டு

முன்னோக்கி நகர்ந்திருப்பான்....

புது விடியல் வர காத்திருப்பான்....

நாளும் விடிகிறது போர்முனையில்

வெற்றியை நோக்கிய விழிப்பில்!.....

வில்லியம்

போரில் தொலைந்த பொக்கிஷம்

சோவென பெய்து தீர்க்கும் மழையோடு
எதிர்நாட்டார்கள் எல்லை வேலி தாண்டி
எதிர்பாராது தாக்க புயல்தாக்கும் மரம்கண்
என்மனம் துடிக்க ஒண்டவோ ஒதுங்கவோ
முடியயவில்லை அம்மா
தூக்கம் தொலைத்து சந்தித்த போரில்
உன்னை மறந்தேன் என்னாட்டவன் மறந்தேன்
தெய்வமும் மறந்தேன்
தங்கைமகள் தாய்மாமன் மகளையும் மறந்தேன்
ஒருகணம் தவறிவிட்டேன் அம்மா - உன்மீது
கொடிமீது வீரக்கை செய்த சத்தியத்தை
மழையில் ஆடிய மரத்தின் ஓரச்சதை கிழித்த
ஒற்றை குண்டும் இலைகிழித்த மற்றொன்றும்
மார்பைநோக்க பயந்து முதுகை தாக்க,
தென்னம் பிள்ளை போல் சரிந்தேனம்மா
ஆசைதீராதவன் வீழ்ந்த என்முன்னே வந்து
உயிருறுப்பில் சுட்டான் உயிரை விட்டேன்
உன்தாய் பாலென்ன அத்துணை சத்தா?
ஒருகுண்டில் போகவில்லை
மூத்த உயிரென சடங்கில் கதறும் தாயின் செவியில்
புலம்பிக் கொண்டிருக்கிறது செல்ல மகனின் ஆவி!....

எம்.எஸ்.முகேஷ் கபிலன்

மரங்களாய் ஒருநாள்

மலைக்கு கம்பளி போர்த்தும் மேகங்களே
நகர்ந்துகொண்டே நலம் விசாரிக்கும்
ஒற்றைக்கால் ஓடைகளே!....
நகரக்கண்ணுக்கெட்டாத நாகரீகமே
அகவலனாய் திரியும் தூரத்து மயில்களே
கருவறையின் சூட்டை உணர்ந்தேன் இன்று...
கேள்விகேட்க யாருமில்லை
அண்டைவீட்டாராய் இரண்டு அணில்பிள்ளை...
திசை தெரியாமல் வாழ்கிறேன்
கிழக்கே உறங்கும் ஆதவன்
மேற்கே விழிக்கிறானென நம்பி...
இருக்க இடம் தந்தவன்
படுக்க பாய் கேட்குமுன்
தருகிறான் பசிக்கு காய்...
அடிவாரம் பார்க்க அடிக்கடி
ஓடி வரும் மலைச்சரிவு சோகமாகியது
இதயமிருக்கிறதா? என்ற கேள்வியால்
உன்னுள் அசகமாய் ஓடியாட
ஆசைப்படுகிற மானுடன் நான்!

முத்துசாமி கணேஷ்ராஜா

மழை

புவியிலிருந்து சிறகுகள் இன்றி பறந்து
விண்ணில் பஞ்சு போன்று குவிந்தாய்
வெப்பத்தில் உருகி....
முத்துக்களாய் தோற்றம் பெற்று
முத்துக்களாய் சிதறி மண்ணில் விழுந்தாய்
காற்றின் அசைவுகளைக் கண்டு நடனமாடி
மகிழ்ச்சியில் இசை தூவினாய்!...
உயிர்களின் தேவையை அறிந்து
வரம் தரும் தேவதையை,
மண்ணை மாணிக்கம் ஆக்கிய மங்கையே,
இடத்திற்கேற்ப தோற்றத்தை மாற்றி கொண்டு
வண்ணமின்றி ஊரெங்கும் வண்ணம் தீட்டினாய்
சிறு முத்துக்களாய் மண்ணில் பதிந்தாயே,
என்னவளின் கூந்தலில் இருந்து சிந்திய
வெள்ளைப் பூக்களே மழை துளிகளே!...

 கு.தயாலினி

மனக்குமுறல்

நீயின்றி நானுமில்லை
என்ற வசனமெல்லாம்
காற்றடைத்த பை தானே

நின் நினைவின்றி
நானுமில்லை என்பதே
சொல்லப்படாத மெய் தானே!

காதல் அதிகாரத்தில்
என் நேரத்தை எல்லாம்
இலஞ்சமாய் கேட்டு கேட்டு

உன் பொல்லாத
நினைப்பு தான் தினம் எனை
புரட்டி போட்டு கொல்கிறதே

விட்டு சென்ற உன்னை
விட்டு கொடுக்க மனமில்லை

விலக வேண்டுமெனில்
என்னை மட்டும் விட்டு விலகாதே
என் மனதை விட்டும் நீங்கிவிடு
என் வாழ்வும் சிறந்திட ...

கண்ணம்மா

மன(ண)த்தேடல்

தன்னந்தனியே அலைந்திடுமகந் தன்னைப்பிடித்து
வைத்து
வானளாவிய நின் எண்ணங்கள்
நிரப்பி நிற்கும் விடிலைப்பெண்ணிவள்
தன் தலைவன் வரும்வழி
மறைக்கும் காணல்முன் படர்ந்திடும்
நெற்றிக் கற்றைமயிர் காதிடை தடம்பதுக்கி
சொற்கலைக் கற்றுகாதல் அரங்கேற்ற
பொற்பாவையிவள்
கற்பாவையாய் கானகம்கருக்க வானகம் மங்க
இவள்தன்
மீன்விழி சொருகிடயில்லை அன்றே நின்வருதலும்
தீண்டலும்வேண்டி எண்ணி உயிர்த்திருந்து
விழித்திடினும் தன் மனக்கண் சொருகிட
வில்லையன்றோ வஞ்சிஇவள்....
மனங்கொண்டு மணங்கொள்ள வேண்டிடும் வேந்தா
உம்நினைக் கொண்டுகனாக்
கண்டுத்தேடல் புரியும் வெண்ணலரிவள்
இங்கே வாடித்தேம்பி அலறலில் பூவையிவள்
வாசம்பெற்று மாலைமுன்பொன் மாலைஏந்தி
நங்கைநீள் கழுத்திலிட்டுநாண் பூட்டிநின்மார்
பணைத்தலையே!

மோனிகா சண்முகம்

மனம்

வாழ்க்கை கசக்கும் போது
இயற்கை இனிக்கிறது...
ஆறறிவோடு எய்தா அன்பு
ஐந்தறிவில் நிலைக்கிறது...

அடங்கா உணர்வுகளின்
அளவில்லா பரிணாமங்கள்
சூழ்ந்து மனதை தாக்க
மூளையும் திணறுகிறது...

பஞ்சம் இல்லை எனினும்
வஞ்சும் சூழ்ந்து தாக்க
நெஞ்சம் சலிக்கிறது
கொஞ்சம் பழிக்கிறது...

பழகிவிட்ட பார்வையும்
சலித்து விட்ட தருணங்களும்
புதிதாய் உணர்வதிலே
பூத்துக்குலுங்கும் மனசு,
சஞ்சலம் தீர்க்கும் பரிசு....

இளையுதன்

மனிதன்

காதலில் கவர்ந்து
ஊடலில் கலந்து
கருவாய் ஜனித்து
புத்துயிராய் புதுப்பித்து
பரந்த உலகத்தினில்
விரிந்த குரலில்
வீழ்ந்தும் எழுந்தும்
தன் சுவடை பதிக்கின்றான்
சட்டையின்றி சுட்டியானவன்
சாட்டையடி பழகிக்கொள்ள
பருவத்தில் பங்கேற்க
துருவமெங்கும் கூடி
திருமணத்தில் இருமனம்!
வருமானம் வேண்டி
நரைமயிர் வரும்வரை...
தரையில் தள்ளாடமல்
ஊன்றுகோலை பிடித்து
உலாவிக் கொண்டிருக்க
தேகமெனும் ஆடை மக்கிவிட்ட நிலையில்
மண்ணில் உரமாகின்றான்!

நீ.யுவஸ்ரீ

மாதர் என்னும் பிறப்பு

வாழ்க்கையின் எதிர் காற்றே,நீ பெண்ணே..!
உன் வசந்த மலர் கமழ வாழ்ந்திடுவாய் கண்ணே..!
வாழ்க்கையே உன் விளையாட்டு
அதை துணிந்து நீ விளையாடு...!!
வானம் போற்றும் உன் புகழை
இந்த வையம் பேசும் உன் வரவை...!!
பூங்காற்றில் உள்ளது உன் பேச்சு
செந்தமிழுக்கே என்றும் உன் வெற்றி...!!
செங்கதிராய் உதித்திடுவாய் பெண்ணே...!!
கதிரவனாய் உலகை நிறைத்திடுவாய் கண்ணே...!!
அமைதிச் சோலையும் நீயே...!
அடர் காட்டுத் தீயும் நீயே...!
உலகின் உயர்வும் நீயே...!
உன்னதமும் நீயே...!
வாழ்வின் ஆதாரம் நீ பெண்ணே...!!
உலகை நின் உயர்வால்
வெற்றி கண்டிடுவாய் கண்ணே...!!

இரா.கவிநிலா

மாலை நேரம்

கடலோரக் கரையில்

கதை பேசும் கவிதை!...

கதிரவன் மறைய....

மதி அவன் தெரிய!

சுடும் வெயில் தெறிக்க....

சூரியனும் சிவக்க!

வெள்ளை நிற மேகம்

வெண்கருமை கலக்க!

பனிக் காற்று வீச....

பனிமலரும் சிலிர்க்க!

வான் உயர்ந்த சாலையில்

விண்மீன்களும் விழிக்க!

என் கண்ணையும் நம்பாமல்

என்னையும் நம்பாமல்

உண்மையில் நகைத்து

ஊமையாகி போனேனே!

ஹரிணி ஸ்ரீ

மானே தேனே பொன்மானே

ஊதி அணைத்திடும் ஊதுபத்தி நானல்ல

என்னை நீ பாதியாய் எரித்தாலும்

மீதியாய் நின்று காப்பேனடி

நாதியற்று நிற்கிறேன் நடுவீதியிலே

சேதி சொல்லி அனுப்படி விரைவிலே

கண்ணிமைக்கும் நொடியில்

காற்றாய் வந்து கவர்ந்து செல்வேனடி!!

உன்னை கவர்ந்து செல்வேனடி!!

பாதங்கள் தரையில் படாமலிருக்க

தலையில் தூக்கி ஊர்வலமாய்

சிலையாய் உன்னை சுமப்பேனே

மானே தேனே பொன்மானே

விரைவில் உன்னை மணப்பேனே

பேதை உன்னால் மாறும் பாதை

காதை திறந்து வையடி சீதை

நைட்டிங்கேளாய் நானும் பாட

காட்டுக்குயிலாய் நீயும் கேட்க....

மதுரகவி சரத்குமார்

மீண்டு(ம்)வா....

ஆடு மாடு வித்து அஞ்சு ஆறு சேர்த்து

அழகான சைக்கிள் ஒன்னு வாங்கியாந்த....

விழுந்து நான் அழக்கூடாதுனு

உச்சி வெயிலுல உச்சு கொட்டி

பின்னால ஓடியாந்த....

ஊரு மெச்ச என் புள்ள

ஒரு நாளு ஃப்ளைட் ஓட்டுனு

ஒன்னு இரண்டா கத அளந்த

பள்ளம் பாரு மேடு ஏறுனு

கண்ணிமைக்காம என்ன காத்த

நீ இன்னும் கொஞ்சிப் புடிகனுனு

என்ன சுத்தி தாங்கனுனு

இன்னு சைக்கிள் ஓட்டிப் பழகாத மாதிரி

நான் போடு வேசத்துல

பாசம் இன்னும் ஏறாதா?

உன்னவிட்டு தூரம் போன

என் சோகம் தீராதா?

ஞாழல்

முக்கோண காதல்!

வைகறை வானில் ஆதவன் வண்ணம் சிந்த
அவன் தீட்டிய ஓவியத்தைக் கண்டு
அவன் ஒளி அணைப்பில்
வெண்மதி வெட்கம் கொள்ள.....
அவள் வெட்கத்தை கண்ட அவனோ
அவளைக்காண கார்மேகத்தை கடன் வாங்கிச் செல்ல
அவன் மீது ஒருதலை காதல் கொண்ட
மேகமோ இதனால் சினம் கொண்டு
வானத்தின் இடையே இருள் சூழ்ந்து
கோபமாகி மழையை கொட்டித்தீர்க்க,
மழை சாவின் மயக்கத்தில் இருவரும் நடுங்கிட
மேகத்தை இழுத்து போர்வையாய் விரித்து
வானத்தின் இடையே உறங்கிட ஆசையடி
என அவன் உரைத்து கண் தீண்டி உறைய
அவன் கை தீண்ட மறைகிறாள் வெண்மதி!
அன்றோ அமாவாசை!....

ர.அமர்நாத்

முயற்சி

கீழே விழுந்த போது
தூக்கி விட்டது முயற்சி...
தள்ளப்பட்ட போது
தலை நிமிர செய்தது முயற்சி...
அவமதித்த போது
ஆலமரமாய் வளர செய்தது முயற்சி...
இழிவு படுத்திய போது
எனக்கான இடத்தை கொடுத்தது முயற்சி...
ஒவ்வொரு தோல்வியிலும்
பலமடங்கு வெற்றியைக் கொடுத்தது முயற்சி....
முழு மனதோடு உன்னால் முடியும் என்ற துணிவோடு
முயற்சி...
நீ முயற்சிக்கும் ஒவ்வொரு நாளும்
வெற்றி பாதையை நோக்கி நகர்கின்றாய்...
மறவாதே மாறாதே....
நட்சத்திரமாய் ஜொலி ஜொலிக்க
சரித்திரமாய் மாற முயற்சி.....

மு.பவித்ரா

மேகமோ அவள்

மழை தரும் அவள் வானில்
குடையின்றி நனைய நானும் காத்திருக்க....
ஏமாற்றம் எனும் வெண்நிற மேகம்
தரும் நிழலாய் மட்டுமே என் வாழ்வில் அவள்!
தனிமை நிறை வெற்றிட வாழ்வில்
காற்று மட்டுந்தான் நிரப்பவேண்டும் என்று
வரைமுறைகள் இல்லைதான்
குருட்டுத்தனமான வலிகளையும்
கூட்டிச்சேர்த்து கொட்டிக்கொடுக்கிறேன்
என்கிறான் அந்தம் உணர்ந்த பரமன்
தனிமை நிலையென நினைக்காவண்ணம்
வலிகளையும் சற்று ருசித்துப்பார்க்கிறேன்
வேறு வழியில்லாமல்...!
மின்னலும் மோதலும்
புரிதல் என அவள் நினைத்து
அந்தகாரப்பட்டு அழுது ஆர்ப்பரிக்க....
என் இதயத்தின் ஓரத்தில் தீர்த்த கறையில்
காத்திருந்த பாரதி ஒருவன்....
வார்த்தைத் தவறிவிட்டவளுக்கான
வசைபாடல்கள் வரிசையாக!

ஜேக்கப் மேஷாக்

வஞ்சி அவள்!

காதோரம் ஜிமிக்கி கதைக்க

நாசியில் மூக்குத்தி ஜொலிக்க

நனிநுதலில் திலகம் சிறக்க

கூந்தலில் மல்லிகை மணக்க

கழுத்தை ஆபரணம் அலங்கரிக்க

கைகளை வளையல்கள் உரச

கால் கொலுசின் சலங்கைகள் சிரிக்க

மேனியை பட்டாடை மினுக்க

அப்படியே.....

வஞ்சி அவள் என்னை கடக்க

தன்னிலை மறந்தவனாய்

அவளை நான் பின்தொடர்ந்து நடக்க

தெரியவில்லை அவளை அழைக்க

வார்த்தைகள் இல்லை என்னிடம் அவளை வர்ணிக்க

இன்றும் தமிழச்சியின் ரசிகனாய் அவன்!

ஏதும் அறியா அழகிய தேவதையாய் அவள்!!

யாழினி வேல்முருகன்

வரமும் வாழ்க்கையும்

வகைகளான மண்ணும்

வண்ணங்களான மேகமும்

கட்டுமானர்கள் இல்லாத காவியமும்

சிலை வடித்த சிகரங்களும்

நஞ்சை புஞ்சை பிரிந்த நிலங்களும்

நஞ்சை முறிக்கும் மருந்தும்

இயற்கையின் வரமே!...

நீரோட்டமும் நிலவின் வெளிச்சமும்

விதைத்தலின் மகத்துவ உணவும்

புல்வெளியின் புல்லாங்குழல் இசை காற்றும்

மண்ணும் மருந்தாக

விண்ணும் குடையாக

உரமும் உயிராக

வாழ்வது இயற்கையின் வாழ்க்கையே!

முஹம்மது உமைர்